I0037263

மத்தியாஸ் ஃபீட்லெர்

புதுமை படைக்கும் ரீதியிலான நிலபுலன் தொழிலின் கருத்தாக்கத்தினை பொருத்துதல்: எளிதாக்கப்பட்ட நிலபுலன் தொழில்

நிலபுலன் தொழிலை பொருத்துதல்: புதுமை படைக்கும் ரீதியிலான நிலபுலன் தொழிலை பொருத்தம் செய்கின்ற முனையம் ஒன்றைக் கொண்டு, திறமிக்க, எளிதான மற்றும் தொழில்தகைமையான நிலபுலன் தரகு செய்தல்

விபரங்களை பிரசுரித்தல் – Impressum | சட்டப்படியான அறிவிப்பு

1.அச்சிட்ட புத்தகப் பதிப்பு | பிப்ரவரி 2017

(அசலாக ஜெர்மானிய மொழியில் பிரசுரிக்கப்பட்டது, டிசம்பர் 2016)

© 2016 மத்தியாஸ் ஃபீட்லெர்

மத்தியாஸ் ஃபீட்லெர்

Erika-von-Brockdorff-Str. 19

41352 Korschenbroich

ஜெர்மனி

www.matthiasfiedler.net

அச்சிடுவதும் உற்பத்தியும்:
கடைசி பக்கத்தில் முத்திரையைப் பார்க்கவும்

புத்தக உறை வடிவமைப்பு: மத்தியாஸ் ஃபீட்லெர்

இ-புத்தக உருவாக்கம்: மத்தியாஸ் ஃபீட்லெர்

அனைத்து உரிமைகளும் வசம் கொள்ளப்பட்டவை.

ISBN-13 (Paperback): 978-3-947128-00-6

ISBN-13 (E-Book mobi): 978-3-947128-01-3

ISBN-13 (E-Book epub): 978-3-947128-02-0

Deutsche Nationalbibliothek இன் ஆதார நூல் தகவல்:

Deutsche Nationalbibliothek இந்தப் பிரசுரிப்பினை Deutsche Nationalbibliografie இல் பிரசுரம் செய்கிறது; http://dnb.d-nb.de எனும் வலைத்தளத்தில் விபரமான ஆதார நூல் தரவுகள் கிடைக்கின்றன.

தொகுப்புரை

இந்தப் புத்தகமானது, உலகளாவிய நிலபுலன் தொழில் பொருத்தம் செய்கின்ற முனைத்திற்கான (ஆப்) புரட்சிகரமான கருத்தாக்கத்தினை, கணிசமான விற்பனை உட்பொதிவுக்கான (பில்லியன் டாலர்) கணக்கிடுதலுடன் விளக்குகிறது; நிலபுலன் தொழில் மதிப்பீடு (டிரில்லியன் டாலர் விற்பனை உட்பொதிவு) உள்பட, நிலபுலன் தொழிலுக்கான ஏஜென்சி மென்பொருளினுள்ளாக இது ஒருங்கிணைக்கப்பட்டுள்ளது.

அதாவது, குடியிருப்பு மற்றும் வணிகரீதியான நிலபுலன்களை, அவை சொந்தமாக வசிப்பதானாலும் வாடகைக்கு விடப்பட்டாலும் திறம்பட நேரம் மிச்சப்படுத்தும் வகையில் தரகு செய்யப்படலாம் என அர்த்தமாகிறது. இது அனைத்து நிலபுலன் ஏஜெண்ட்டுகள் மற்றும் சொத்துக்களின் உரிமையாளர்களுக்குமான புதுமை படைக்கும்ரீதியான மற்றும் தொழில்தகைமையான நிலபுலன் தொழில் தரகுக்கான எதிர்காலமாகும். நிலபுலன் தொழில் பொருத்தம் செய்வது என்பது அனைத்து நாடுகளிலும், மற்றும் நாடுகளுக்கு இடையிலும் பெரும்பாலும் வேலை செய்கிறது.

சொத்துக்களை வாங்குபவர் அல்லது வாடகைக்கு எடுப்பவரிடம் "கொண்டு வருவதற்கு" பதிலாக, நிலபுலன் பொருத்தம் செய்யும் ஒரு முனையத்தின் மூலம், சாத்தியமான வாங்குபவர்கள் அல்லது வாடகைக்கு எடுப்பவர்களைத் தகுதி

பெறச்செய்து (தேடலுக்கான சுயவிபரம்), பொருந்தச் செய்து, நிலபுலன் தொழில் ஏஜெண்ட்டுகளால் வழங்கப்படுகின்ற சொத்துக்களுடன் இணைப்பு ஏற்படுத்த முடியும்.

பொருளடக்கம்

முன்னுரை

புதுமை படைக்கின்ற, நிலபுலன் பொருத்தம் செய்யும் செயல்முறைக்காக, இங்கு விவரிக்கப்பட்டுள்ள இந்த யோசனை எனக்கு 2011 ஆம் ஆண்டில் இந்த யோசனை எனக்குத் தோன்றி, அதனை மேம்படுத்தியிருக்கிறேன்.

நான் இந்த நிலபுலன் வணிகத்தில் (நிலபுலன் தரகு செய்தல், வாங்குதல், விற்றல், மதிப்பிடுதல், வாடகைக்கு விடுதல் மற்றும் சொத்து உருவாக்குதல் உள்பட) 1998 முதல் ஈடுபட்டு வருகிறேன். நான் ஒரு ரியால்ட்டர் (IHK), நிலபுலன் வகை பொருளாதார நிபுணர் (ADI) மற்றும் நிலபுலன் மதிப்பு செய்வதில் சான்றளிக்கப்பட்ட வல்லுனர் (DEKRA) ஆவேன் என்பதுடன் ராயல் இன்ஸ்ட்டிடியூஷன் ஆஃப் சார்ட்டர்டு சர்வேயர்ஸ் (MRICS) இன் சர்வதேச அங்கீகாரம் பெற்ற நிலபுலன் சங்கத்தின் அங்கத்தினரும் ஆவேன்.

மத்தியாஸ் ஃபீட்லெர்

Korschenbroich, 10/31/2016

www.matthiasfiedler.net

1. நிலபுலன் பொருத்தம் செய்தலுக்கான புதுமை படைக்கின்ற கருத்தாக்கம்: எளிதாக்கப்பட்ட நிலபுலன் தொழில் தரகு

நிலபுலன் பொருத்தம் செய்தல்: புதுமை படைக்கும் ரீதியிலான நிலபுலன் பொருத்தம் செய்யும் முனையத்தின் மூலம் திறமிக்க, எளிதான மற்றும் தொழில்தகைமையான நிலபுலன் தரகுசெய்தல்

சொத்துக்களை வாங்குபவர் அல்லது வாடகைக்கு எடுப்பவரிடம் “கொண்டு வருவதற்கு” பதிலாக, நிலபுலன் பொருத்தம் செய்யும் ஒரு முனையத்தின் (ஆப்) மூலமாக, சாத்தியமான வாங்குபவர்கள் அல்லது வாடகைக்கு எடுப்பவர்களைத் தகுதி பெறச்செய்து (தேடலுக்கான சுயவிபரம்), பொருந்தச் செய்து, நிலபுலன் தொழில் ஏஜெண்ட்டுக்ளால் வழங்கப்படுகின்ற சொத்துக்களுடன் இணைப்பு ஏற்படுத்த முடியும்.

2. சாத்தியமான வாங்குபவர்கள் அல்லது வாடகைக்கு எடுப்பவர்கள் மற்றும் சொத்துக்களுக்கான வியாபாரிகளின் குறிக்கோள்கள்

நிலபுலன் விற்பனையாளர்கள் மற்றும் நில உடைமையாளர்களின் சுயகருத்தின்படி, கூடுமானவரை அதிகமான விலையில் தங்களின் சொத்துக்களை விற்பது அல்லது வாடகைக்கு விடுவது முக்கியமாகும்.

சாத்தியமான வாங்குபவர்கள் மற்றும் வாடகைக்கு எடுப்பவர்களின் சுயகருத்துப்படி, தங்களின் தேவைகளை பூர்த்தி செய்யும் வகையிலும், கூடுமானவரையில் சரியான சொத்துக்களை விரைவாகவும் சுலபமாகவும் கண்டுபிடித்து வாடகைக்கு எடுப்பது அல்லது வாங்குவது முக்கியமாகும்.

3. நிலபுலன் தேடலுக்கான முந்தைய அணுகுமுறைகள்

பொதுவாகவே,சாத்தியமான வாங்குபவர்கள் மற்றும் வாடகைக்கு எடுப்பவர்கள் தங்களுக்கு விருப்பமான ஒரு குடியிருப்புப் பகுதியில் சொத்துக்களைத் தேடுவதற்காக, மிகப்பெரிய ஆன்லைன் நிலபுலன் வகை முனையங்களை உபயோகிக்கிறார்கள். அங்கெல்லாம், அவர்கள் சுருக்கமான ஒரு சுய விபரத்தை அமைத்தவுடன் அவர்களுக்கு மின்னஞ்சல் வழியாக அனுப்பப்படுகின்ற சொத்துக்களுடன் சம்பந்தப்பட்ட லின்க்குகளின் பட்டியல் அல்லது சொத்துக்களைப் பார்க்கலாம். இது 2 லிருந்து 3 முனையங்களில் அடிக்கடி செய்யப்படுகிறது. அதன் பின்னர், வியாபாரி மின்னஞ்சல் வழியாகவே பொதுவாக தொடர்புகொள்ளப்படுகிறார். இதன் விளைவாக, நாட்டம் கொண்ட தரப்பினருடன் தொடர்பு கொள்வதற்கு, விற்பனை செய்பவர் அல்லது சொத்தின் உடைமையாளருக்கு ஒரு சந்தர்ப்பமும் அனுமதியும் கிடைக்கிறது.

கூடுதலாக, சாத்தியமான வாங்குபவர்கள் அல்லது வாடகைக்கு எடுப்பவர்கள், தங்கள் பிரதேசத்தில் இருக்கின்ற தனிநபர் நிலபுலன் ஏஜெண்ட்டுகளைத் தொடர்பு கொள்கிறார்கள்

மற்றும் அவர்களுக்காக ஒரு தேடல் சுய விபரம் உருவாக்கப்படுகிறது.

நிலபுலன் தொழில்வகை முனையங்களில் சேவை அளிப்பவர்கள் தனியார் மற்றும் வர்த்தக ரீதியிலான நிலபுலன் பிரிவுகளில் இருந்து வருகின்றனர். வர்த்தக ரீதியிலான சேவை அளிப்பவர்கள் ஏகோபித்த வகையிலான நிலபுலன் தொழில் ஏஜெண்ட்டுகளாக இருப்பார்கள், மற்றும் சில நிகழ்வுகளில், கட்டுமானதொழில் நிறுவனங்கள், நிலபுலன் தொழில் தரகர்கள் மற்றும் இதர நிலபுலன் தொழில் நிறுவனங்களாக இருப்பார்கள் (இந்த வகையில் பார்த்தால், வர்த்தக ரீதியாக சேவை அளிப்பவர்களே நிலபுலன் தொழில் ஏஜெண்ட்டுகள் எனக் குறிப்பிடப்படுகின்றனர்.

4. தனியார் விற்பனையாளர்களின் அனுகூலமற்ற தன்மை/ நிலபுலன் ஏஜெண்ட்டுகளின் அனுகூலம்

விற்பனைக்கான நிலபுலன் சொத்துக்களைக் கொண்டு, தனிநபர் விறபனையாளர்கள் எப்போதுமே உடனடி விற்பனைக்கான உத்தரவாதம் தர முடியாது. வாரிசு அடிப்படையில் தற்கொள்ளப்பட்ட சொத்து எனும் நிகழ்வில், உதாரணத்திற்கு, வாரிசுகளுக்கிடையில் ஒருமித்த கருத்து இல்லாதிருக்கலாம் அல்லது, 'வாரிசுதாரர் சான்றிதழ்' காணாமல் போயிருக்கலாம். கூடுதலாக, வசிப்பதற்கான உரிமை போன்ற தெளிவற்ற பிரச்சனைகள் விற்பனையின்போது சிக்கல் உண்டாக்கலாம்.

வாடகைக்கு விடும் சொத்துக்களுக்கு, உதாரணத்திற்கு, வணிக ரீதியிலான இடத்தை குடியிருப்புக்காக வாடகைக்கு விடத் தேவைப்படுபவற்றுக்கு, தனியார் சொத்து உடைமைதாரர் அதிகாரபூர்வ அனுமதிகளைப் பெற்றிருக்க மாட்டார் என்பதுவும் நிகழக்கூடும்.

நிலபுலன் தொழில் ஏஜெண்ட் ஒரு சேவை அளிப்பாளராக செயல்படும்போது, அவர் பொதுவாகவே ஏற்கெனவே முன்னர் சொல்லப்பட்ட அம்சங்களை தெளிவுபடுத்தியிருப்பார். அதற்கும் மேலாக, சம்பந்தப்பட்ட அனைத்து நிலபுலன் ஆவணங்கள் (தரை வரைபடம், மனைநிலத்தின் வரைபடம்,

மின்சக்திக்கான சான்றளிப்பு, உரிமைப் பதிவேடு, அதிகாரபூர்வ ஆவணங்கள் முதலானவை) வழக்கமாகவே முன்னதாகவே தயாராக கிடைக்கும். இதன் விளைவாக, சிக்கல்கள் ஏதுமின்றி, விற்பனை அல்லது வாடகைக்கு விடுதல் விரைவாக முடிக்கப்பட்டுவிடலாம்.

5. நிலபுலன் பொருத்தம் செய்தல்

நாட்டம் கொண்ட வாங்குபவர் அல்லது வாடகைக்கு விடுபவர்களை, விற்பனையாளர்கள் அல்லது சொத்து உடைமையாளர்களுடன் கூடிய விரைவிலும் திறம்படவும் இணைப்பதற்காக, திட்டமிட்ட ரீதியிலான மற்றும் தொழில்தகைமையான அணுகுமுறையைக் கடைப்பிடிப்பது முக்கியமாகும்.

நிலபுலன் தொழில் ஏஜெண்ட்டுகள் மற்றும் நாட்டம் கொண்ட தரப்பினருக்கு இடையிலான தேடல் மற்றும் கண்டுபிடிக்கும் செயல்முறை மீது, தலைகீழாக கவனம் செலுத்தப்பட்ட ஒரு அணுகுமுறையுடன் (அல்லது செயல்முறை) இது செய்யப்படுகிறது. இதற்கு, சொத்துக்களை வாங்குபவர் அல்லது வாடகைக்கு எடுப்பவரிடம் "கொண்டு வருவதற்கு" பதிலாக, நிலபுலன் பொருத்தம் செய்யும் ஒரு முனையத்தின் (ஆப்) மூலமாக, சாத்தியமான வாங்குபவர்கள் அல்லது வாடகைக்கு எடுப்பவர்களைத் தகுதி பெறச்செய்து (தேடலுக்கான சுயவிபரம்), பொருந்தச் செய்து, நிலபுலன் தொழில் ஏஜெண்ட்டுகளால் வழங்கப்படுகின்ற சொத்துக்களுடன் இணைப்பு ஏற்படுத்த முடியும் என அர்த்தமாகிறது.

இதில் முதலாவது படியாக, சாத்தியமான வாங்குபவர்கள் மற்றும் வாடகைக்கு விடுபவர்கள், நிலபுலன் பொருத்தம் செய்யும் முனையத்தில் குறிப்பான தேடல் சுயவிபரத்தை

அமைக்கிறார்கள். இந்தத் தேடல் சுயவிபரமானது, தன்னுள்ளே சுமாராக 20 அம்சங்களைக் கொண்டிருக்கிறது. இந்த தேடல் சுய விபரத்தில் பின்வரும் அம்சங்களை (முழுமையான பட்டியல் கிடையாது) சேர்க்கலாம், மற்றும் இவை அத்தியாவசியமானவை ஆகும்.

-பிரதேசம் / தபால் குறியீடு / நகரம்

-சொத்தின் வகை

-சொத்தின் அளவு

-வசிப்பதற்கான பரப்பளவு

-வாங்கும்/வாடகைக்கு விடும் விலை

-கட்டுமானம் செய்த வருடம்

-தளங்கள்

-அறைகளின் எண்ணிக்கை

-வாடகைக்கா (ஆம்/இல்லை)

-தரைத்தளம் உண்டா(ஆம்/இல்லை)

-பால்கனி/மொட்டைமாடி உண்டா (ஆம்/இல்லை)

-உஷ்ணப்படுத்தும் வழிமுறை

-வாகனம் நிறுத்தும் இடம் (ஆம்/இல்லை)

இந்த அம்சங்கள் அனைத்தும் கையால் உள்ளீடு செய்யப்படுவதில்லை, ஆனால், முன்னதாக தீர்மானிக்கப்பட்ட

சாத்தியங்கள்/விருப்பத் தெரிவுகள் (சொத்தின் வகைக்கு: அடுக்குமாடிக் குடியிருப்பு, ஒற்றைக் குடும்பம் வசிக்கும் வீடு, சேமிப்புக் கிடங்கு, அலுவலகம், முதலியன) கொண்ட பட்டியலிலிருந்து சம்பந்தப்பட்ட களங்களை (உதா.,சொத்தின் வகை) கிளிக் செய்து அல்லது தெரிவுசெய்து திறப்பதன் மூலம் தேர்ந்தெடுக்கப்படுகின்றன.

விருப்பப்பட்டால், நாட்டம் கொண்ட தரப்பினர் கூடுதல் தேடல் விபரங்களைச் அமைத்துக் கொள்ளலாம். தேடல் சுயவிபரத்தை மாற்றியமைப்பதும் சாத்தியம்.

கூடுதலாக, குறிப்பிட்ட களங்களில் முழுமையான தொடர்பு தரவுகளை, சாத்தியமான வாங்குபவர்களும் வாடகைக்கு எடுப்பவர்களும் உள்ளீடு செய்கின்றனர். இவற்றில் கடைசி பெயர், முதல் பெயர், தெரு, வீட்டு எண், தபால் குறியீடு, நகரம், தொலைபேசி மற்றும் மின்னஞ்சல் முகவரியும் அடங்கும்.

இந்த வகையில், நாட்டம் கொண்ட தரப்பினர் தாங்கள் தொடர்புகொள்ளப்படுவதற்காகவும், நிலபுலன் ஏஜெண்ட்டுகளிடமிருந்து பொருத்தமான சொத்துக்களின் விபரங்களைப் பெறுவதற்கும் தங்களின் ஒப்புதலை வழங்குகிறார்கள்

இதன்மூலமாக நாட்டம் கொண்ட தரப்பினர் நிலபுலன் பொருத்தம் செய்யும் முனையத்தை இயக்குபவருடன் ஒரு ஒப்பந்தத்தையும் ஏற்படுத்திக்கொள்கிறார்கள்.

அடுத்த செயலாக, "openimmo" எனப்படும் ஜெர்மானிய புரோகிராமிங் இண்ட்டர்ஃபேஸ்-க்கு நிகரான, இன்னமும் கண்ணால் காணமுடியாத, ஒரு அப்ளிகேஷன் புரோகிராமிங் (api) இண்ட்டர்ஃபேஸ்-உடன் இணைக்கப்பட்ட நிலபுலன் ஏஜெண்ட்டுகளுக்கு, தேடல் சுயவிபரங்கள் கிடைக்கப்பெறச் செய்யப்படுகிறது. இந்த புரோகிராமிங் இண்ட்டர்ஃபேஸ் – அடிப்படையில் நடைமுறைப்படுத்தலுக்கான முக்கிய கருவி – ஆனது, தற்போது உபயோகத்தில் இருக்கின்ற பெரும்பாலான ஒவ்வொரு நிலபுலன் மென்பொருள் தீர்வுக்கு ஆதரவு தருகிறது, அல்லது இடமாற்றம் செய்யும் உத்தரவாதம் அளிக்கிறது. இப்படி இருக்கவில்லையானால், இதனை தொழில்நுட் பரீதியில் சாத்தியமாக்க வேண்டும். முன்னர் குறிப்பிடப்பட்ட "openimmo" போன்ற ஏற்கெனவே உள்ள புரோகிராமிங் இண்ட்டர்ஃபேஸ்களும் மற்றவையும் உபயோகத்தில் இருக்கிற காரணத்தினால், தேடல் சுயவிபரத்தை இடமாற்றம் செய்வது சாத்தியமாகத்தான் வேண்டும்.

இப்போது, சந்தையில் இருக்கின்ற தங்களின் சொத்துக்களுடன் இந்த சுயவிபரத்தை நிலபுலன் ஏஜெண்ட்டுகள் ஒப்பிட்டு பார்க்கிறார்கள். இந்த நோக்கத்திற்காக, இந்த சொத்துக்கள் நிலபுலன் பொருத்தம் செய்யும் முனையத்தில் தரவேற்றம் செய்யப்பட்டு, ஒப்பிடப்பட்டு சம்பந்தப்பட்ட குணாம்சங்களுடன் இணைக்கப்படுகின்றன.

ஒப்பிட்டுப் பார்ப்பது முடிந்தவுடன், பொருத்தத்திற்கான சதவீதம் உருவாக்கப்பட்டவுடன் ஒரு அறிக்கை காட்சியிடப்படுகிறது. தேடல் சுயவிபரமானது, 50% பொருத்தத்தில் துவங்கி, நிலபுலன் ஏஜென்சி மென்பொருளில் காட்சிக்குக் கிடைக்கச் செய்யப்படுகிறது.

தனித்தனி குணாம்சங்கள் ஒன்றுக்கொன்று மதிப்பு கூட்டப்பட்டு (புள்ளிகள் கூறும் திட்டம்) அதன்மூலம் குணாம்சங்களை ஒப்பீடு செய்து, பொருத்தத்திற்கான ஒரு சதவீதம் (ஒரு பொருத்தத்திற்கான சாத்தியக்கூறு) தீர்மானிக்கப்படுகிறது. உதாரணத்திற்கு, "சொத்தின் வகை" எனும் குணாம்சத்திற்கு, "வசிப்பிட வகை" எனும் குணாம்சத்தைக் காட்டிலும் அதிக மதிப்பு கூட்டப்படுகிறது. கூடுதலாக, ஒரு சொத்து அவசியமாகவே கொண்டிருக்கவேண்டிய சில குணாம்சங்கள் (உதா., தரைத்தளம்) தேர்ந்தெடுக்கப்படலாம்.

பொருத்தத்திற்கான குணாம்சங்களை ஒப்பிடுகையில், தங்களுக்கு விருப்பமான (பதிவு செய்துகொண்ட) பிராந்தியங்களில் மட்டுமே நிலபுலன் ஏஜெண்டுகள் அணுகல் கொண்டிருப்பதை உறுதி செய்ய வேண்டும். தரவுகளை ஒப்பிடுவதற்கான முயற்சியை இது குறைக்கிறது. நிலபுலன் ஏஜென்சிக்கள் பிராந்திய அடிப்படையிலேயே அடிக்கடி இயங்குகின்றனர் என்பதைக் கருத்தில் கொள்கையில் இது முக்கியமாகும். இன்றைய நாட்களில், க்ளவ்ட் தீர்வுகள் மூலமாக ஏராளமான தரவுகளை சேமித்து செயல்முறையாக்கம் செய்வது சாத்தியம் என்பதை இங்கு கவனத்தில் கொள்ள வேண்டும்.

தொழில்தகைமையான நிலபுலன் தரகுப்பணிக்கு உத்தரவாதம் அளிப்பதற்காக, நிலபுலன் ஏஜெண்ட்டுகள் மட்டுமே தேடல் சுயவிரங்களுக்கான அணுகலைப் பெறுகிறார்கள்.

இந்த வகையில், நிலபுலன் பொருத்தம் செய்கின்ற முனையத்துடன் நிலபுலன் ஏஜெண்ட்டுகள் ஒரு ஒப்பந்தத்தை ஏற்படுத்திக்கொள்கிறார்கள்.

சம்பந்தப்பட்ட ஒப்பிடுதல்/பொருத்தம் செய்தலுக்குப் பின்னர், நிலபுலன் ஏஜெண்ட் ஆனவர் நாட்டம் கொண்டவரைத் தொடர்பு கொள்ளலாம் மற்றும் இதற்கு மாறாக, நாட்டம்

கொண்டவர், நிலபுலன் ஏஜெண்ட்-ஐ தொடர்பு கொள்ளலாம். சாத்தியமான வாங்குபவர் அல்லது வாடகைக்கு எடுப்பவருக்கு, நிலபுலன் ஏஜெண்ட் ஒரு அறிக்கையை அனுப்பியிருந்தால், செயல்பாட்டு அறிக்கை ஒன்று அல்லது விற்பனை அல்லது வாடகைக்கு விடுதல் முடிவடைந்த ஒரு நிகழ்வில் நிலபுலன் ஏஜெண்ட்-இன் நிலபுலன் வகை கமிஷன் தொகைக்கான கோரிக்கையும் ஆவணப்படுத்தப்படுகிறது எனவும் இது அர்த்தமாகிறது. இது, சொத்தினை கையாளுவதற்காக சொத்தின் உடைமைதாரரால் நிலபுலன் ஏஜெண்ட் அமர்த்தப்பட்டார் அல்லது அவர்களுக்கு சொத்தினை வழங்குவதற்கான ஒப்புதல் வழங்கப்பட்டுவிட்டது எனும் நிபந்தனையின் கீழானது.

6. அப்ளிகேஷனின் பரவல் எல்லை

இங்கே விவரிக்கப்பட்ட நிலபுலன் பொருத்தம் செய்தலானது, குடியிருப்பு மற்றும் வர்த்தகரீதியிலான பிரிவுகளில் நிலபுலன்களை விற்பனை செய்வதற்கும் வாடகைக்கு விடுவதற்கும் பொருந்தும். வர்த்தக ரீதியிலான நிலபுலன்களுக்கு, அந்தந்த கூடுதல் நிலபுலன் குணாம்சங்கள் தேவைப்படுகின்றன.

வழக்கமாகவே நடைமுறையில் இருப்பதுபோலவே, சாத்தியமான வாங்குபவர்கள் மற்றும் வாடகைக்கு எடுப்பவர்கள் தரப்பிலும் கூட, ஒரு நிலபுலன் ஏஜெண்ட் இருக்கலாம் - உதாரணத்திற்கு, வாடிக்கையாளர்களால் அவர் அமர்த்தப்பட்டிருக்கிறார் என்றால்.

பூகோளரீதியிலான பிராந்தியங்கள் எனும்போது, நிலபுலன் பொருத்தம் செய்யும் முனையமானது ஏறக்குறைய ஒவ்வொரு நாட்டுக்கும் பொருந்தும்.

7. அனுகூலங்கள்

இந்த நிலபுலன் பொருத்தம் செய்யும் செயல்முறையானது சாத்தியமான வாங்குபவர்கள் மற்றும் வாடகைக்கு எடுப்பவர்கள் தங்கள் பகுதியிலேயே (குடியிருந்து வரும் பகுதி) தேடுகிறார்கள் அல்லது பணி சம்பந்தமான காரணங்களுக்காக வேறொரு நகரம் அல்லது பிராந்தியத்திற்கு இடம் பெயர்கிறார்கள் என, எதுவாக இருப்பினும், அவர்களுக்கு பெரியதொரு அனுகூலத்தை வழங்குகிறது.

விருப்பப்பட்ட பிராந்தியத்தில் இயங்கிவருகின்ற நிலபுலன் ஏஜெண்ட்டுகளிடமிருந்து பொருந்துகின்ற சொத்துக்களைப் பற்றிய தகவல்களைப் பெறுவதற்காக ஒரே ஒரு முறை தங்கள் தேடல் சுய விபரத்தை அவர்கள் உள்ளீடு செய்ய வேண்டும்.

ஒரு விற்பனை அல்லது வாடகைக்கு விடுவதில், நிலபுலன் ஏஜெண்ட்டுகளுக்கு, திறன் மற்றும் நேரம் மிச்சப்படுத்த அவர்களுக்கு பெரிய அனுகூலங்களை இந்த முனையம் வழங்குகிறது.

தங்களால் வழங்கப்படுகின்ற அந்தந்த சொத்து சம்பந்தமாக, திட்டவட்டமான நாட்டம் கொண்ட தரப்பினருக்கான உட்பொதிவு எவ்வளவு அதிகமாக இருக்கிறது என்பதற்கான

ஒரு உடனடி மேலோட்டமான பார்வை அவர்களுக்குக் கிடைக்கிறது.

இதற்கும் மேலாக, தங்களின் தேடல் சுயவிபரத்தை அமைக்கின்ற செயல்முறையில் தங்களுக்கான "கனவு" சொத்து பற்றிய குறிப்பிட்ட எண்ணம் கொண்டிருக்கின்ற, இலக்குவைத்த, தங்களுக்கான குழுக்களை நிலபுலன் ஏஜெண்ட்டுகள் நேரடியாக அணுக முடியும். உதாரணத்திற்கு, நிலபுலன் அறிக்கைகளை அனுப்புவதன்மூலம் இந்தத் தொடர்பினை நிலை நாட்டிக்கொள்ளலாம்.

தாங்கள் எதைத் தேடுகிறோம் எனத் தெரிந்திருக்கின்ற, நாட்டம் கொண்ட தரப்பினருடன் தொடர்புக்கான தரத்தினை இது அதிகரிக்கிறது. இது அடுத்தடுத்து சொத்துக்களைப் பார்வையிடுவதற்கான முன்சந்திப்புக்கான எண்ணிக்கையையும் கூட குறைக்கிறது; இதனால் தரகு பார்க்கவேண்டிய சொத்துக்களுக்கான சந்தைப்படுத்தும் காலம் குறைகிறது.

அமர்த்தப்படவிருக்கும் சொத்தானது சாத்தியமான வாங்குபவர் அல்லது வாடகைக்கு எடுப்பவரால் பார்வையிடப்பட்ட பின்னர், வாங்குவதற்கான அல்லது வாடகைக்கு

எடுப்பதற்கான ஒப்பந்தமானது, பாரம்பரியமான நிலபுலன் சந்தைப்படுத்தலில் இருப்பது போலவே முடிக்கப்படலாம்.

8. மாதிரி கணக்கிடுதல் (சாத்தியமானவை) – சொந்தக்காரர் வசிக்கின்ற குடியிருப்புக்கள் அல்லது வீடுகள் (வாடகைக்கு விடுகின்ற அடுக்குமாடிக் குடியிருப்புக்கள் அல்லது வீடுகள் அல்லது வணிகரீதியான சொத்துக்கள் அல்லாதவை)

பின்வரும் உதாரணமானது நிலபுலன் பொருத்தம் செய்யும் முனையத்தின் உட்பொதிவினை தெளிவாகக் காட்டும்.

250,000 குடியிருப்புவாசிகள் இருப்பதற்கு ஏற்ற Mönchengladbach (Germany) நகரம் போன்ற நிலப்பரப்பில்,– புள்ளிவிவரப்படி முழுமையாக்கப்பட்டது - சுமாராக 125,000 குடியிருப்பு வாசிகள் (ஒரு வீட்டுக்கு 2 குடியிருப்புவாசிகள்) உள்ளனர். இடம்பெயர்தலுக்கான சராசரி விகிதமானது 10% ஆகும். அதாவது, ஆண்டு ஒன்றுக்கு 12,500 குடியிருப்புவாசிகள் இடம்பெயர்கின்றனர் என அர்த்தமாகிறது. Mönchengladbach நகருக்கு வெளியிலாக இடம் பெயர்தல், மற்றும் உள் நோக்கிய இடம்பெயர்தலுக்கு இடையிலான

25

விகிதாச்சாரம் இங்கு கருத்தில் கொள்ளப்படவில்லை. சுமார் 10,000 குடியிருப்புவாசிகள் (80%) வாடகைக்கான சொத்துக்களுக்காக தேடுகின்றனர் மற்றும் சுமார் 2,500 குடியிருப்புவாசிகள் (20%) வாங்குவதற்கான சொத்துக்களைத் தேடுகின்றனர்.

Mönchengladbach நகரின் ஆலோசனைக் குழுவிடமிருந்து பெறப்பட்ட சொத்துச்சந்தை பற்றிய அறிக்கையின்படி, 2012 ஆம் ஆண்டில் நிலபுலன் வாங்குதல்கள் எண்ணிக்கையானது 2,613 ஆக இருந்தது. 2,500 முன்னர் குறிப்பிடப்பட்ட எண்ணிக்கை கொண்ட சாத்தியமான வாங்குபவர்களை இது உறுதி செய்கிறது. இன்னமும் கூட அதிகமாக இருந்திருக்கலாம், ஆனால் ஒவ்வொரு சாத்தியமான வாங்குபவரும் தங்களுக்குப் பொருத்தமான சொத்தினைக் கண்டறிய முடியவில்லை. உள்ளபடியாகவே நாட்டம் கொண்ட வாங்குபவர்களின் எண்ணிக்கை – அல்லது, குறிப்பாகவே, தேடல் சுய விபரங்களின் எண்ணிக்கை – ஆனது, சராசரி இடம்பெயர்தல் விகிதமாக சுமார் 10% , அதாவது 25,000 தேடல் சுய விபரங்கள் எனும் அளவுக்கு இரண்டு மடங்காக இருப்பதாக கணிக்கப்பட்டுள்ளது. சாத்தியமான வாங்குபவர்கள், நிலபுலன் பொருத்தம் செய்யும் முனையத்தில் பல தேடல் சுயவிரங்களை அமைத்திருப்பதற்கான சாத்தியமும் இதில் அடங்குகிறது

அனுபவத்தின் பேரில் சொல்வதென்றால், இது வரையில் அனைத்து சாத்தியமான வாங்குபவர்கள் மற்றும் வாடகைக்கு எடுப்பவர்களில் சுமார் பாதிப்பேர், தங்களுக்கான சொத்தினை ஒரு நிலபுலன் ஏஜெண்ட் உடன் சேர்ந்து பணியாற்றியதன் மூலமாக கண்டறிந்துள்ளனர் என்பது குறிப்பிடத்தக்கது; இதில் 6,250 குடியிருப்புவாசிகள் அடங்குவர்.

அனைத்துக் குடியிருப்புவாசிகளிலும் சேர்ந்து குறைந்தது 70% பேர் இணைய தளத்தில் இருக்கின்ற நிலபுலன் முனையம் வாயிலாக நிலபுலன்களை தேடினார்கள் என்பதை கடந்த கால அனுபவமும் கூட காட்டுகிறது; இதில் மொத்தம் 8,750 குடியிருப்புவாசிகள் அடங்குவர் (17,500 தேடல் சுய விபரங்களுடன் ஒத்துப்போகிறது).

Mönchengladbach நகரின் அனைத்து சாத்தியமான வாங்குபவர்கள் மற்றும் விற்பவர்களின் 30%, அதாவது 3,750 குடியிருப்புவாசிகள் (அல்லது 7,500 தேடல் சுய விபரங்கள்) ஒரு நிலபுலன் பொருத்தம் செய்யும் முனையத்துடன் (ஆப்) தேடல் சுயவிபரத்தை அமைத்திருந்தால், இணைக்கப்பட்ட நிலபுலன் ஏஜெண்ட்டுகள் குறிப்பிட்ட 1500 சுயவிபரங்கள் வழியாக (20%) சாத்தியமான வாங்குபவர்களுக்கும் குறிப்பிட்ட 6000 சுயவிபரங்கள் வழியாக (80%) சாத்தியமான

27

வாடகைக்கு எடுப்பவர்களுக்கும் பொருத்தமான சொத்துக்களை வழங்கியிருக்க முடியும்.

சாத்தியமான வாங்குபவர்கள் மற்றும் வாடகைக்கு எடுப்பவர்களால் அமைக்கப்பட்ட ஒவ்வொரு தேடல் சுய விபரத்திற்கும், சராசரி தேடல் காலமாக 10 மாதங்கள் மற்றும் மாதிரி விலையாக மாதம் ஒன்றுக்கு EUR 50 என எடுத்துக்கொண்டால், 250,000 குடியிருப்புவாசிகள் கொண்ட ஒரு நகரில் 7500 தேடல் சுயவிபரங்களுடன் EUR 3,750,000 க்கான விற்பனை உட்பொதிவு இருக்கிறது என அர்த்தமாகிறது.

80,000,000 (80 மில்லியன்) குடியிருப்புவாசிகள் என்ற மக்கள்தொகை கொண்ட ஜெர்மனி நாடு முழுக்கவுமாக இதனை விரிவுபடுத்தினால் அது ஆண்டு ஒன்றுக்கு EUR 1,200,000,000 (EUR 1.2 பில்லியன்) என்ற விற்பனை உட்பொதிவாக முடிகிறது. சாத்தியமான வாங்குபவர்கள் மற்றும் வாடகைக்கு எடுப்பவர்கள், நிலபுலன்களுக்காக நிலபுலன் பொருத்தம் செய்யும் முனையத்தில் தேடியவர்கள் 30% க்குப் பதிலாக 40% என இருந்தால், இந்த விற்பனை உட்பொதிவானது ஆண்டு ஒன்றுக்கு EUR 1,600,000,000 (EUR 1.6 பில்லியன்) ஆக அதிகரிக்கும்.

இந்த விற்பனை உட்பொதிவு சொந்தக்காரர் குடியிருக்கும் அடுக்குமாடிக் குடியிருப்புக்கள் மற்றும் தனி வீடுகளை மட்டுமே குறிக்கிறது. உட்பொதிவுக்கான இந்த கணக்கிடுதலில், குடியிருப்பு வகை நிலபுலன்களில் இருக்கின்ற வாடகைக்கான மற்றும் முதலீட்டுக்கான சொத்துக்கள் மற்றும் ஒட்டுமொத்த வணிகரீதியிலான நிலபுலன் பிரிவுகள் சேர்க்கப்படவில்லை.

ஜெர்மனியில் இருக்கும் சுமார் 50,000 நிறுவனங்கள் நிலபுலன் தரகு வணிகத்தில் (நிலபுலம் ஏஜென்சிக்கள், கட்டுமான நிறுவனங்கள், நிலபுலன் வர்த்தகர்கள் மற்றும் இதர நிலபுலன் நிறுவனங்கள் உள்பட) உள்ளனர்; சுமாராக 200,000 பணியாளர்கள் மற்றும் இந்த 50,000 நிறுவனங்களின் 20% பங்கினர் உபயோகிக்கின்ற இந்த நிலபுலன் பொருத்தம் செய்யும் முனைத்தில் சராசரியாக 2 உரிமங்களைக் கொண்டிருக்கின்றனர்; இதன் விளைவாக ஆண்டொன்றுக்கு EUR 72,000,000 (EUR 72 மில்லியன்) விற்பனை உட்பொதிவு உருவாகிறது (உரிமம் ஒன்றுக்கு மாதம் ஒன்றுக்கு மாதிரி விலையாக EUR 300 என எடுத்துக்கொண்டால்) இதற்கும் மேலாக, உள்ளூர் தேடல் சுயவிபரங்களின் பிராந்தியப் பதிவுகளும் நடைமுறை செய்யப்பட்டால், வடிவமைப்பினைப் பொருத்து, குறிப்பிடத்தக்க கூடுதல் விற்பனை உட்பொதிவினை உருவாக்கலாம்.

குறிப்பிட்ட தேடல் சுயவிபரங்கள் கொண்ட சாத்தியமான வாங்குபவர்கள் மற்றும் வாடகைக்கு எடுப்பவர்கள் கொண்ட இந்தப் பெருமளவிலான உட்பொதிவினை உபயோகிப்பதினால், நிலபுலன் ஏஜெண்ட்டுகள் இனிமேற்கொண்டு தங்களுக்கான நாட்டம்கொண்ட தரப்பினர்களின் தரவுத்தளத்தை – அப்படி ஒன்று அவர்களுக்கு இருந்தால்- புதுப்பிக்கத் தேவையில்லை. கூடுதலாக, பல நிலபுலன் ஏஜெண்ட்டுகளால் தங்களுடைய சொந்த தரவுத்தளங்களில் உருவாக்கப்பட்ட தேடல் சுய விபரங்களைக் காட்டிலும் தற்போதைய தேடல் சுய விபரங்களின் எண்ணிக்கை அதிகமாக இருக்கிறது.

இந்த புதுமை படைக்கின்ற நிலபுலன் பொருத்தம் செய்யும் முனையமானது பல்வேறு நாடுகளிலும் உபயொகிக்கப்படும் என்றால், ஜெர்மனியில் இருந்தான சாத்தியமான வாங்குபவர்கள், உதாரணத்திற்கு, மத்திய தரைக்கடல் தீவாகிய Majorca (ஸ்பெயின்) வில் விடுமுறைக்கால தங்குமிடங்களுக்காக ஒரு தேடல் சுயவிவரத்தை உருவாக்கக் கூடும்; மற்றும் Majorca இல் இருக்கின்ற, இதில் இணைக்கப்பட்ட நிலபுலன் ஏஜெண்ட்டுகள், தங்கள் வசம் இருக்கும் பொருத்தமான தங்குமிடங்களை மின்னஞ்சல் வழியாக சாத்தியமான ஜெர்மானிய வாடிக்கையாளர்களுக்கு வழங்கக்கூடும். அறிக்கைகள் ஸ்பானிய மொழியில் இருந்தால்,

அவற்றை ஜெர்மானிய மொழியில் விரைவாக மொழிபெயர்ப்பு செய்துகொள்ள இணைய தளத்தில் இருக்கும் மொழிபெயர்ப்பு புரோகிராமினை, சாத்தியமான வாடகைக்கு எடுப்பவர்கள் இப்போதெல்லாம் எளிதாக உபயோகித்துக்கொள்ளலாம்.

மொழித்தடைகள் ஏதுமில்லாமல், கிடைக்கப்பெறுகின்ற சொத்துக்களுக்கான தேடல் சுயவிபரங்களின் பொருத்தத்தை நடமுறைப்படுத்துவதை ஏதுவாக்குவதற்காக அந்தந்த குணாம்சங்களின் ஒப்பீடு செய்யப்படலாம்; மொழி என்பது ஒரு பொருட்டில்லாமல் புரோகிராம் செய்யப்பட்ட (கணக்கியல் ரீதியான) குணாம்சங்களின் அடிப்படையில் நிலபுலன் பொருத்தம் செய்யும் முனையத்தினுள்ளாக இது செய்யப்படலாம் மற்றும் சம்பந்தப் பட்ட மொழியானது இறுதியில் ஒதுக்கீடு செய்யப்படுகிறது.

அனைத்துக் கண்டங்களிலும் நிலபுலன் பொருத்தம் செய்யும் முனையத்தை உபயோகிக்கும்போது, முன்னர் குறிப்பிட்ட பரவலாக்கப்பட்ட விற்பனை உட்பொதிவு (தேடலில் நாட்டம் கொண்டிருப்பவர்களுக்கு மட்டும்) பின் வருமாறு:

உலகளாவிய மக்கள்தொகை:

7,500,000,000 (7.5 பில்லியன்) குடியிருப்புவாசிகள்

1. தொழில்மயமாக்கப்பட்ட நாடுகள் மற்றும் பெரிய அளவில் தொழில்மயமாக்கப்பட்ட நாடுகளின் மக்கள் தொகை:

   2,000,000,000 (2.0 பில்லியன்) குடியிருப்புவாசிகள்

2. எழுச்சி பெற்று வரும் நாடுகளின் மக்கள் தொகை:

   4,000,000,000 (4.0 பில்லியன்) குடியிருப்புவாசிகள்

3. வளர்ந்துவரும் நாடுகளின் மக்கள் தொகை:

   1,500,000,000 (1.5 பில்லியன்) குடியிருப்புவாசிகள்

தொழில்மயமாக்கப்பட்ட, எழுச்சி பெறுகின்ற மற்றும் வளர்ந்து வரும் நாடுகளுக்கான பின் வரும் அனுமானிக்கப்பட்ட காரணிகளுடன் 80 மில்லியன் குடியிருப்பு வாசிகள் கொண்ட ஜெர்மனி நாட்டுக்கான வருடாந்திர விற்பனை உட்பொதிவானது மாற்றம் செய்யப்பட்டு EUR 1.2 பில்லியன் என முன் வைத்துக் காட்டப்படுகிறது.

1. தொழில்மயமாக்கப்பட்ட நாடுக   1.0

2. எழுச்சி பெற்றுவரும் நாடுகள்:   0.4

3. வளர்ந்துவரும் நாடுகள்:   0.1

இதன் விளைவாக பின்வரும் வருடாந்திர விற்பனை உட்பொதிவு உருவாகும் [EUR 1.2 பில்லியன் x மக்கள் தொகை (தொழில்மயமாக்கப்பட்ட, எழுச்சி பெறுகின்ற அல்லது வளர்ந்து வரும் நாடுகள்) / 80 மில்லியன் குடியிருப்புவாசிகள் x காரணி].

1. தொழில்மயமாக்கப்பட்ட நாடுகள்:

   EUR 30.00 பில்லியன்

2. எழுச்சி பெற்றுவரும் நாடுகள்:

   EUR 24.00 பில்லியன்

3. வளர்ந்துவரும் நாடுகள் :

   EUR 2.25 பில்லியன்

   மொத்தம்:

   EUR 56.25 பில்லியன்

9. முடிவுரை

எடுத்துக்காட்டாக கூறப்பட்ட நிலபுலன் பொருத்தம் செய்யும் முனையமானது நிலபுலனைத் தேடுகின்றவர்களுக்கும் (னாட்டம் கொண்ட தரப்பினர்) நிலபுலன் ஏஜெண்ட்டுகளுக்கும் குறிப்பிட்ட அனுகூலங்களை வழங்குகிறது.

1. நாட்டம் கோண்ட தரப்பினர் தங்கள் சுய விபரத்தை ஒரே ஒரு முறை உருவாக்கும் தேவை இருப்பதன் காரணமாக, பொருத்தமான சொத்துக்களைத் தேடுவதற்குத் தேவைப்படும் நேரம் குறிப்பிடத்தக்க வகையில் குறைக்கப்படுகிறது.
2. தங்களின் குறிப்பிட்ட தேவைகள் பற்றிய தகவல்கள் (தேடல் சுயவிபரம்) உள்பட, சாத்தியமான வாங்குபவர்கள் அல்லது வாடகைதாரர்களின் எண்ணிக்கை பற்றிய ஒட்டுமொத்த பார்வை நிலபுலன் ஏஜெண்ட்டுக்கு கிடைக்கிறது.
3. அனைத்து நிலபுலன் ஏஜெண்ட்டுகளிடமிருந்தும் விருப்பமான அல்லது பொருந்துகின்ற சொத்துக்களை (தேடல் சுயவிவரத்தின் அடிப்படையில்) மட்டுமே நாட்டம் கொண்ட தரப்பினர் பெறுகின்றனர் (தன்னியக்கமாக, முன்பே தேர்வு செய்யப்பட்டது போலவே).

4. எண்ணற்ற நடப்பு தேடல் சுய விபரங்கள் நிரந்தரமாக கிடைக்கப்பெறுவதால், நிலபுலன் ஏஜெண்ட்டுகள் தங்களின் சொந்த தரவுத்தளத்தைப் பராமரிப்பதற்கான முயற்சியைக் குறைத்துக் கொள்கிறார்கள்.

5. நிலபுலன் பொருத்தம் செய்யும் முனையத்துடன் வணிகரீதியிலான சேவை அளிப்பாளர்கள்/நிலபுலன் ஏஜெண்ட்டுகள் மட்டுமே இணைக்கப்பட்டிருப்பதால், சாத்தியமான வாங்குபவர்கள் அல்லது வாடகைக்கு எடுப்பவர்கள் அனுபவம் வாய்ந்த நிலபுலன் ஏஜெண்ட்டுகளுடன் பணியாற்ற முடிகிறது.

6. சொத்தினைப் பார்ப்பதற்கான முன்சந்திப்புக்களின் எண்ணிக்கையையும் ஒட்டுமொத்த வியாபாரக் காலத்தையும் நிலபுலன் ஏஜெண்ட்டுகள் குறைத்துக்கொள்ள முடிகிறது. இதன் பலனாக, வாங்குபவர்கள் அல்லது வாடகைக்கு எடுப்பவர்களும், சொத்தினைப் பார்ப்பதற்கான முன்சந்திப்புக்களின் எண்ணிக்கையும் குறைவதுடன் முடிக்கப்பட்ட வாங்குதல் அல்லது குத்தகை ஒப்பந்தத்திற்கான காலமும் குறைகிறது.

7. அத்துடன் விற்கப்பட, அல்லது வாடகைக்கு விடப்பட இருக்கும் சொத்தின் உடமையாளர்களும் நேரத்தை மிச்சப்படுத்துகின்றனர். இன்னும் சில நிதிரீதியான பலன்களும் இருக்கின்றன; இதில் வாடகைக்கு விடப்படும் சொத்தின் காலியாக இருக்கும் காலம்,

விற்பனைக்கான சொத்துக்கான விரைவான பணம் செலுத்தல் ஆகியவை அடங்குவதுடன், விரைவாக வாடகைக்கு விடுதல் அல்லது விற்பனை செய்தல் ஆகிய பலன்களும் கிடைக்கின்றன.

நிலபுலன் பொருத்தம் செய்தலில் இந்தக் கருத்தாக்கத்தை நடைமுறைப்படுத்துவதன் மூலம், நிலபுலன் தரகு பார்த்தலில் குறிப்பிடத்தக்க முன்னேற்றமும் அடையப்படுகிறது.

10. நிலபுலன் மதிப்பீடு உள்பட, புதிய நிலபுலன் ஏஜென்சி மென்பொருளை நிலபுலன் பொருத்தம் செய்யும் முனையத்துடன் ஒருங்கிணைத்தல்

ஒரு இறுதிக்கருத்தாக, துவக்கத்திலிருந்தே, ஒரு புதிய – உலகளாவ பொருத்தமாக கிடைக்கின்ற – நிலபுலன் ஏஜென்சி மென்பொருள் தீர்வின் ஒரு குறிப்பிடத்தக்க அங்கமாக இங்கு விவரிக்கப்பட்ட நிலபுலன் பொருத்தம் செய்யும் முனையத்தினை எடுத்துக்கொள்ளலாம். நிலபுலன் ஏஜெண்ட்டுகள் தங்களிடம் ஏற்கெனவே இருக்கின்ற நிலபுலன் ஏஜென்சி மென்பொருள் தீர்வுகளுக்கும் கூடுதலாக, இந்த நிலபுலன் பொருத்தம் செய்யும் முனையத்தினை உபயோகித்துக் கொள்ளலாம், அல்லது, நிலபுலன் பொருத்தம் செய்யும் முனையத்துடன் சேர்த்து புதிய நிலபுலன் ஏஜென்சி மென்பொருள் தீர்வுகளை பொருந்தமான வகையில் உபயோகிக்கலாம்.

புதிய நிலபுலன் ஏஜென்சி மென்பொருளினுள்ளாக இந்த திறமிக்க மற்றும் புதுமை படைக்கின்ற நிலபுலன் பொருத்தம் செய்யும் முனையத்தை ஒருங்கிணைப்பதன் மூலமாக, தனித்துவமான நிலபுலன் ஏஜென்சி மென்பொருளுக்கு,

விற்பனை செய்யும் அடித்தள நிலையம் உருவாக்கப்படுகிறது; இதுவே சந்தையில் ஊடுருவதற்கு அத்தியாவசியமாகும்.

நிலபுலன் ஏஜென்சி மதிப்பீடு என்பது நிலபுலன் ஏஜென்சியின் அத்தியாவசியமான அங்கமாக இருக்கிறது மற்றும் இருக்கபோகிறது என்பதால், நிலபுலன் ஏஜென்சி மென்பொருளும்கூட, ஒருங்கிணைக்கப்பட்ட நிலபுலன் ஏஜென்சி மதிப்பீட்டுக் கருவியை, ஒரு அம்சமாகக் கொண்டிருக்க வேண்டும். நிலபுலன் ஏஜென்சி மதிப்பீடானது, ஒன்றுக்கொன்று நிகரான கணக்கிடும் வழிமுறைகளுடன், உள்ளீடு செய்யப்பட்ட நிலபுலன் ஏஜென்சிக்கள்/சேமித்து வைக்கப்பட்ட சொத்துக்களிலிருந்து, சம்பந்தப்பட்ட தரவுகளுக்கான அளவுகோல்களை அணுக இயலும். இதுபோலவே, நிலபுலன் ஏஜென்ட்டும்கூட தனது பிராந்திய சந்தை வல்லமையுடன் ஒப்பிட்டு, தவறவிடப்பட்ட அளவுகோல்களை சரிப்படுத்திக்கொள்ள இயலும்.

இதற்கும் மேலாக, நிலபுலன் ஏஜென்சி மென்பொருளும்கூட. கிடைக்கவிருக்கின்ற சொத்துக்களுக்கான நிகழ்நிலை நிலபுலன் சுற்றுலாக்களை ஒருங்கிணைக்கும் விருப்பத்தெரிவினையும் கொண்டிருக்க வேண்டும். நிலபுலன் ஏஜென்சி மென்பொருளுக்குள்ளாக – பெருமளவில் தன்னியக்கமாக - நிகழ்நிலை நிலபுலன் சுற்றுலாக்களை பதிவு

செய்து பின்னர் ஒருங்கிணைத்து உட்புகுத்தக்கூடிய மொபைல் தொலைபேசிகள் மற்றும்/அல்லது டேப்லெட்டுகளுக்கான ஒரு கூடுதல் ஆப்-இனை உருவாக்குவதன் மூலமாக இதனை எளிதாக நடமுறைப்படுத்தலாம்.

திறமிக்க மற்றும் புதுமை படைக்கின்ற நிலபுலன் பொருத்தம் செய்யும் முனையமானது புதிய நிலபுலன் ஏஜென்சி மென்பொருளுக்குள்ளாக நிலபுலன் செயல்திறன் மதிப்பாய்வும் உட்புகுத்தப்பட்டால், சாத்தியமான விற்பனை உட்பொதிவு மீண்டும் குறிப்பிடத்தக்க வகையில் அதிகரிக்கப்படுகிறது.

மத்தியாஸ் ஃபீட்லெர்

Korschenbroich, 10/31/2016

மத்தியாஸ் ஃபீட்லெர்

Erika-von-Brockdorff-Str. 19

41352 Korschenbroich

ஜெர்மனி

www.matthiasfiedler.net